Wish You Were Sober

Christine Ann Sy

Ukiyoto Publishing

All global publishing rights are held by

Ukiyoto Publishing

Published in 2023

Content Copyright © Christine Ann Sy

ISBN 9789360496340

*All rights reserved.
No part of this publication may be reproduced, transmitted, or stored in a retrieval system, in any form by any means, electronic, mechanical, photocopying, recording or otherwise, without the prior permission of the publisher.*

The moral rights of the authors have been asserted.

This is a work of fiction. Names, characters, businesses, places, events, locales, and incidents are either the products of the author's imagination or used in a fictitious manner. Any resemblance to actual persons, living or dead, or actual events is purely coincidental.

This book is sold subject to the condition that it shall not by way of trade or otherwise, be lent, resold, hired out or otherwise circulated, without the publisher's prior consent, in any form of binding or cover other than that in which it is published.

www.ukiyoto.com

Dedication

To Nanay, Tatay, Katkat, Chuchay, and Lolong, my loving family.

To Mama, I wish you could witness this.

To Cylsey, my friend who gave me the idea of writing this.
And to my younger self, we made it.

Naihiga rin ni Sean ang katawan sa wakas. Nakakapagod ang ginawa niyang mag-unpack ng mga gamit nila ng kaniyang ina sa bagong kwartong nirerentahan nila. Matutulog na sana siya nang makatanggap siya ng tawag sa kaniyang cellphone. Mula ito sa pinsang si Noah. Agad niya itong sinagot.

"Hello, pinsan!" Pagbati ni Noah. **"Kumusta ka naman sa bago mong house? Welcome nga pala sa aming munting siyudad."**

"Salamat." Sagot ni Sean. **"Grabe naman sa house, eh isang kwarto lang naman inupahan namin. Kakapagod maglipat ng bahay."**

"Good." Sagot ng pinsan.

"Good?" Nagtatakang pag-uulit niya.

"Kasi sa iisang city na tayo nakatira tas lilipat ka na rin sa school namin, tama ba?"

"Yup."

"'Lika. Sama ka."

"Saan?"

"May party sa bahay ng tropa ko. Actually, more like mansyon kasi ang laki ng bahay nila. Birthday niya kasi. Sunduin kita sa inyo."

"Ha? Ayoko nga. 'Di ko naman kilala 'yun. Isa pa, pagod nga ako."

"Kaya nga kailangan mo ng party para mawala pagod mo. Tsaka isa pa, magiging schoolmate mo rin yung mga 'yun kaya ipapakilala na kita sa mga tropa ko para may instant tropa ka na rin sa pasukan."

"Ayoko. Hindi ako mahilig sa party."

"Ang boring mo naman. 'Di kumpleto school life mo kapag 'di ka nakapunta sa kahit isang party."

"Mas boring sa party."

"Anong boring sa party?!" Nilayo saglit ni Sean ang cellphone sa tenga dahil sa sigaw ni Noah.

"Maingay." Sagot niya. "Tsaka puro lasing o high yung mga tao roon."

"Grabe ka naman! Hindi naman kami mga adik. Tsaka walang alak doon."

"Pwede ba 'yun may party ta's walang alak?"

"Oo nga! Basta sumama ka ah, papunta na ako diyan." Pagpupumilit ni Noah. "Nagpaalam na ako sa mama mo."

"Sabi ko mag-o-overnight ka sa'min ta's paalam ko sa mama ko mag-o-overnight ako sa inyo." Dagdag pa ni Noah at tumawa.

"Bakit kailangan mong magsinungaling?" Napahawak sa noo si Sean dahil sa pinagsasasabi ng pinsan.

Muli itong tumawa sa kabilang linya. **"Sige na, pagbuksan mo na ako. Ako na 'yung kumakatok sa inyo."**

At dumating na nga si Noah. Muling pinagpaalam siya nito sa kaniyang ina at hinatak na siya palabas, papunta sa bahay ng kaibigan nito. Naglakad lang sila dahil malapit lang naman daw ito. Nakakalito dahil kahit na malapit lang ay ang daming pasikot-sikot silang dinaanan. Hindi niya pa kabisado ang lugar.

Nang makarating sila sa lugar ay nagkahiwalay sina Sean at Noah. Sinubukan niya itong tawagan ngunit dumiretso lang ito sa voicemail. Nag-text na lang siya.

'Noah, saan ka na ba? Iniwan mo naman ako rito. Hindi ko kilala mga tao rito. Hindi kita mahanap, ang laki nga ng bahay nila. Aalis na ako.' Saad ng kaniyang text.

Ilang minuto siyang nag-antay ngunit wala pa ring reply. Nagpadala ulit siya ng isa pang mensahe. *'Iiwan talaga kita pag hindi ka pa magre-reply. Bahala ka. Isusumbong kita sa mama mo.'*

Napatigil si Sean sa pagte-text sa kaniyang pinsan na si Noah nang bigla siyang matulak pahiga sa sofa na inuupuan niya. Umupo siya rito dahil napagod na siya sa kahahanap kay Noah. Bigla kasing may grupo ng mga kabataang kaedad lamang niya ang naghaharutan na napunta sa tabi niya.

Nagtatawanan pa ang mga ito nang bumagsak sila sa mahabang sofa. Naiiling na lang si Sean kaya tumayo na lamang siya. Naglakad siya ulit para hanapin ang kaniyang pinsan. Pag pasok kasi nila kanina ay nahatak agad si Noah ng mga kaibigan nito at naiwan siyang mag-isa mukhang batang naliligaw sa mall na naiwan ng kaniyang magulang.

Gustuhin mang umuwi ay hindi niya magawa sa kadahilanang kalilipat pa lang niya sa siyudad. Talagang maliligaw siya kapag umalis siya dahil hindi niya pa kabisado ang lugar dito. Isa pa, tinatakot niya lang sa text yung pinsan niya na iiwan niya ito. Hindi rin naman kaya ng konsensya niya na iwan ito lalo na't sabay silang pumunta rito. Hindi rin naman siguro siya iiwan ng pinsan niya, 'di ba?

Sa paglalakad at paghahanap ng lugar kung saan walang masyadong tao at ingay, nakakita siya ng hagdanan. Sa taas nito ay may isang babaeng nakaupo. Hindi niya masyadong maaninag ang mukha nito dahil bukod sa iba't ibang kulay ng mga party lights, nakayuko rin ito. Hindi man makita nang maayos ni Sean ang babae ay nagkaroon siya ng hinala na ayaw rin nito sa ganitong klaseng mga ganap. Mag-isa ito at hindi nakikihalubilo sa mga nagsasayawan sa sala, isa lang ibig sabihin no'n, ayaw rin nito sa mga party.

Dahil mag-isa lang din naman si Sean at hindi matao sa taas, umakyat siya at umupo sa tabi ng babae. Nag-angat ng tingin ang babae at nang mapansing may tumabi sakaniya.

Nakita niya na nang malapitan ang babae. Kahit medyo madilim, kita niya ang kagandahan nito. Tila ba biglang tumahik ang paligid at nakatitig lang siya sa maamong mukha ng babae.

Nakatingin din sakaniya ang babae at nakakunot-noo ito sakaniya. Doon lang natauhan si Sean. Tumikhim ito bagong nagsalita, **"Sorry bigla akong tumabi, okay lang ba?"**

"Ah, no- I mean, okay lang. Nagulat lang ako sa'yo." Sambit ng babae **"Ayaw mo bang maki-join sakanila?"** Medyo malakas ang pagkakasabi niya dahil hindi sila magkarinigan sa malakas na tugtugan.

"Hindi talaga ako mahilig sa mga party." Sagot ni Sean. **"Ikaw rin ba? Kaya ka nakaupo rito?"**

"Hindi naman. Marami lang yung nainom ko kaya nagpahinga lang muna ako rito. Medyo nahihilo na rin kasi ako. Sumasakit 'yung ulo ko." Sabi ng babae.

Ngayon pa lang napansin ni Sean na medyo namumula ang mga pisngi at ang mga mapupungay na mata nito. Amoy alak din ito. Indikasyon na marami na nga itong nainom.

Sabi ng pinsan niya ay wala raw mga alak dito. *Loko-loko talaga 'yun!* sabi niya sa isip. Sino ba naman kasing magpa-party ng walang alcoholic drinks?

"Kung nahihilo ka na pala, bakit hindi ka pa umuwi? Baka mapano ka pa." Nag-aalalang sabi ni Sean.

Mahinang natawa ang babae, **"Dito ako nakatira."** Wika nito.

"Ikaw yung may birthday? Ikaw pala yung sinasabi ni Noah na tropa niya? Bahay niyo 'to? Ang laki ah! Ang yaman niyo siguro." Sunod-sunod na tanong ni Sean.

Muling natawa ang babae sa reaksyon ni Sean sa sinabi niya. "Ang dami mo namang tanong. Isa-isa lang naman. Hindi nga kita kilala. Kaibigan mo ba si Jeremy?"

"Teka, sino si Jeremy?" Kunot-noong tanong ni Sean.

"'Yung kambal ko. Siya yung tropa ni Noah, hindi ako. Paano mo nga pala siya nakilala? Tsaka bakit ka nandito kung hindi mo naman kilala yung mga birthday celebrant?" nagtatakang tanong ng babae.

"Pinsan ko siya. Siya yung nag-aya sa'kin dito. Kalilipat lang kasi namin ng pamilya ko dito sa city. Lilipat na rin ako ng school kung saan nag-aaral si Noah kaya sinama niya ako rito. Magiging schoolmates ko rin naman daw sila kaya ipapakilala niya raw ako. Kaso bigla siyang nawala pagpasok pa lang namin at wala pa akong nakikilala sa mga tao rito." Sagot ni Sean.

"Ah, kaya pala ngayon lang kita nakita. Sana naging schoolmates tayo, 'no?" Sabi ng babae.

"Bakit? Hindi mo ba sila schoolmate? Sabi kasi ni Noah lahat daw ng nandito schoolmates niya." Sambit ni Sean

Nagkibit-balikat ang babae at inilahad ang kamay, **"Jerely nga pala. And you are?"**

"Sean." Tinanggap niya naman ito at nakipagkamay. Naramdaman niyang medyo malamig ang kamay ng babae.

"Okay ka lang ba? Para kasing nanlalamig yung kamay mo ta's sabi mo pa kanina nahihilo ka. Magpahinga ka na kaya. Saan ba kwarto mo? Ihatid na kita." Tanong ni Sean matapos ang pakikipag-kamay nila

Tinuro naman ni Jerely ang kwarto hindi malayo sa likod nila. Nakaawang ang pinto nito kaya kita nila mula sa kinauupuan na may nagme-make out sa loob nito. Ngayon niya lang napansin na may iilan ding mga tao sa ikalawang palapag. Pare-parehong may sariling mundo. Mga ayaw rin makihalubilo sa karamihan.

"Oh." Ang tanging nasabi ni Sean nang makita ang nasa loob ng kwarto ni Jerely.

"Yup. Nakakahiya naman sakanila kung iistorbuhin ko sila." natatawang sagot ni Jerely. **"Hindi rin naman ako makakatulog sa ingay kung paaalisin ko sila. Tsaka okay lang naman ako. Ang dami ko lang talagang nainom na iba't ibang klase ng alak. 18th birthday na kasi namin at ngayon lang kami pinayagan uminom dahil legal na kaya na-excite ako. Hindi ko naisip yung epekto niya."**

"Happy birthday nga pala. Happy legality!" Pagbati ni Sean.

Ngumiti naman si Jerely, **"Salamat."**

Tumayo si Jerely at nag-inat bago muling binaling ang tingin kay Sean, **"Lika?"**

"Saan?" Tanong ni Sean na nakaupo pa rin sa hagdan at nakatingin lamang sakaniya.

"Feeling ko mas lalong sumasakit 'yung ulo ko dahil sa ingay. Ayaw mo rin naman dito, 'di ba? Punta tayo sa tahimik lang." Ani Jerely.

"Saan naman tayo pupunta?" Muling tanong ni Sean.

"Kahit saan except here. Ayaw mo ba?" Sambit ni Jerely.

"Hindi naman sa ayaw pero baka hanapin ako ni Noah. Sabay kaming pumunta rito eh." Paliwanag ni Sean.

"Iniwan ka na no'n. Iwan mo na rin siya." Sabi naman ni Jerely.

Natahimik naman si Sean at nagdalawang-isip kung tototohanin niya ang pananakot sa pinsan na iwanan iwanan ito.

"Sige na, please? Birthday ko naman, eh. Gift mo na 'yong samahan ako. Pretty please?" Tila batang nagpupumilit si Jerely at nag-puppy eyes pa siya.

Natawa naman si Sean sa inasal ni Jerely. **"Lasing ka na nga. May tama ka na."**

"Please, please, please?" Hindi pinansin ni Jerely ang sinabi ni Sean at muli siyang pinilit. Inilahad pa nito ang mga kamay sa harap ni Sean. **"Halika na!"**

"Sige na nga, birthday girl." Naiiling na natatawa na lang si Sean sa kakulitan ni Jerely at hinawakan ang mga kamay nito.

"Yehey!" Masayang bulalas ni Jerely at hinila patayo si Sean.

Nagpahatak na lang si Sean kay Jerely pababa ng hagdan hanggang sa palabas ng bahay papunta sa kung saan sila dadalhin ng kanilang mga paa.

'You're so pretty. I just wish you're sober right now.' Sambit ni Sean sa isip habang nakatingin kay Jerely. Nabighani na nga talaga siya sa dalaga. Kahit halata sa itsura nito na lasing na lasing na siya, hindi pa rin mapagkakaila ang taglay nitong ganda.

Hindi nila alam kung gaano sila katagal na naglalakad sa gitna ng gabi. Hindi na nila alam kung anong oras na. Tahimik na ang paligid at kaunti na lang ang mga taong naglalakad sa daan. Kung ano-ano na ang kanilang mga napag-usapan; mula sa seryoso at personal na buhay hanggang sa mga nakakatawang at walang kwentang bagay. Dahil bago pa lang si Sean at hindi pa pamilyar sa lugar, nagprisinta si Jerely na maging tour guide nito.

"At ayan naman ang paborito kong convenience store!" Turo ni Jerely sa convenience store na nadaan nila.

Nasa harap pa rin sila sa convenience store nang biglang tumakbo sa gilid si Jerely at sumuka sa basurahan. Agad naman siyang inalalayan ni Sean, **"Bakit? Anong nangyari? Ayos ka lang ba?"**

Inayos naman ni Jerely ang sarili bago hinarap si Sean. **"Epekto lang siguro ng nainom ko. Feeling ko nasuka ko lahat kinain ko. Bigla akong nagutom. Gusto mo pumasok muna tayo at mag-midnight snack?"**

"Dahil sa sinabi mo, bigla tuloy akong nakaramdam ng gutom. Maghanap muna tayo ng makakain." sagot ni Sean at pumasok na nga sila sa convenience store na kaharap lang nila

Naghanap sila ng mga makakaing chichirya sa isang aisle. Ang dami na nilang hawak ng biglang magsalita si Sean. **"Wala pala akong dalang pera."**

Napahawak naman si Jerely sa bulsa at sinambit, **"Ako rin pala."**

"Naku, paano 'yan?" Nanghihinayang na tanong ni Sean.

"Naiisip mo ba ang naiisip ko?" Tanong pabalik ni Jerely.

"Ibalik ko na lang 'to. Hatinggabi na rin naman kaya mabuti pa siguro bumalik na tayo sa inyo." Sambit ni Sean at isa-isang binalik sa pinagkuhanan ang mga kinuhang pagkain.

"Mali! Hindi 'yon 'yong naiisip ko!" Natatawang sabi ni Jerely.

Napatigil naman si Sean sa pagbalik ng mga chichirya at nagtatakang tiningnan si Jerely, **"Eh, ano?"** Napakamot pa ito sa ulo.

Ngumiti naman nang nakakaloko si Jerely. Nanlaki ang mga mata ni Sean nang maisip kung ano ang naiisip ng kasama. **"Teka, 'wag mong sabihing—"**

Hindi pa natatapos ni Sean ang sinasabi nang pinutol siya ni Jerely. **"Takbo!"** Mahinang sigaw nito at hinatak palabas si Sean habang dala-dala nila ang mga pagkaing kinuha na hindi nila binayaran.

"Hoy!" Narinig pa nilang sigaw ng tao sa counter ngunit hindi na sila nahabol.

Dire-diretso lang sila sa pagtakbo. Hindi nila alam kung gaano katagal at kung gaano na sila sa pinanggalingan. Habang tumatakbo at natatawa rin sila sa kanilang ginawa. Mahigpit ang hawak nila sa mga ninakaw na pagkain.

Natigil lamang sila sa pagtakbo nang kapwa sila napagod.

"Hindi naman tayo nahabol, 'no? Ayos ka na ba? Hindi ka ba nasusuka o nahihilo ulit?" Habol-hiningang tanong ni Sean at naupo sa sidewalk.

"Hindi, malayo na tayo. Tsaka hindi rin, medyo okay na ako. Kailangan ko lang kumain." Hinihingal na sagot ni Jerely.

Tinabihan niya naman si Sean at binuksan ang isa sa mga chichiryang kinuha nila. **"Hindi pala tayo kumuha ng tubig."** Kapwa silang natawa sa sinabi ni Jerely.

"Hindi ako makapaniwala na ginawa natin 'yon. Hindi naman siguro tayo makukulong n'yan?" Natatawang sabi ni Sean. Nagbukas na rin siya ng isang chichirya at kumain.

"Hindi niya naman siguro tayo namukhaan. Basta, hindi ka naman tumingin sa cctv, 'no? 'Wag mo lang suotin ulit 'yang suot mo ngayon kung pupunta ka ulit do'n. Baka makilala ka nila." Biro ni Jerely habang naghahati sila sa pagkain.

"Naku, hindi na ako ulit pupunta ro'n!" sambit ni Sean at muli silang nagtawanan.

Natimik lang sila nang biglang tumunog ang cellphone ni Sean. **"Wait lang, check ko muna 'to."**

Tumango naman si Jerely at binuksan na ni Sean ang kaniyang cellphone. May missed call si Noah. Meron ding voicemail ito na pinadala.

"Uy pinsan! Sean. Pinsean haha. Hoy sa'n ka na? 'Wag mo ko sumbong kay mama!" Nilalaman ng voicemail.

Lumayo saglit si Sean kay Jerely nang tinawagan niya ang pinsan na agad naman nitong sinagot.

"**Ang gara mo naman, umuwi ka na agad.**" Bungad ni Noah. "**'Di pa kita napapakilala sa mga tropa ko lalo na sa birthday boy.**"

"**Hindi pa ako umuwi.**" Sagot ni Sean. "**Nakilala ko naman 'yung birthday girl. Nasa labas lang kami. Kasama ko siya.**"

"**Ha?**" Nagtatakang tanong ni Noah.

"**Hatdog.**" Pabirong sagot ni Sean.

"**Ano?**"

"**Anong *ano*?**" Naguguluhang tanong ni Sean.

"**Teka. Sino kasama mo? Birthday girl?**" Sunod-sunod na tanong ni Noah sa kabilang linya. "**Si Jeremy 'yung tropa ko 'yung may birthday ngayon at lalaki siya at kasama ko ngayon.**"

"**Si Jerely 'yung kasama ko, 'yung kambal ng tropa mo.**" Sagot ni Sean.

"**Paano mo siya nakilala?**"

"**Kasama ko nga ngayon.**" Tinapunan pa saglit ni Sean ng tingin si Jerely na tahimik na kumakain pa rin na nakaupo sa sidewalk.

"**Luh, 'wag ka ngang ganyan.**" Bakas sa boses nito na naguguluhan na may halong takot si Noah. "**May third eye ka ba?**"

"**Pinagsasabi mo?**" Iritang tanong ni Sean.

"Isang taon nang patay si Jerely!" Pabulong na sigaw ni Noah sa kabilang linya.

"Lasing ka na ba?" Natatawang tanong ni Sean.

"Seryoso ako!" Seryosong sagot ni Noah. **"Tsaka wala nga sabing alak dito paano ako malalasing?"**

"Si jerely nga ang dami na raw nainom eh. Pinagloloko mo pa ako. Okay lang naman kung umiinom ka, no shame."

"'Wag kang ganyan, kinikilabutan ako sa'yo!" Malakas na sigaw ni Noah sa kabilang linya. Nailayo niya tuloy yung cellphone sa tenga.

"Maawa ka naman sa tenga ko." Wika ni Sean.

"Seyoso bang nakikita mo si Jerely?" Huminahon na ang boses ni Noah.

"Parang tanga naman. Kasama ko nga ngayon." Naiinis na sagot ni Sean dahil sa paulit-ulit na ito. Lasing na talaga 'to.

"Namatay siya exactly one year ago today sa 18th birthday nila dahil sa alcohol poisoning. Ang dami niyang nainom at hindi kinaya ng katawan niya kaya ayun. 'Yon na rin ang dahilan kung bakit walang kahit anong alcoholic drinks ngayon sa party dahil ayaw na nila maulit yung nangyari." Mahabang paliwanag ni Noah.

"Hindi nakakatuwa." Naiinis na talaga si Sean sa pinagsasasabi ng pinsan.

"Seryoso ako." Bakas sa boses ni Noah ang pagiging seryoso niya.

"Ngayon 'yung 18th birthday nila. Sabi sa'kin ni Jerely."

"19th na." Tumigil saglit si Noah bago nagpatuloy. **"19 na rin sana siya kung hindi lang…"** Hindi na niya alam ang sasabihin.

Hindi na rin alam ni Sean ang isasagot. Lasing na talaga si Noah.

"Sean," mahinang tawag sakaniya ni Jerely.

"Tingnan mo 'tong pinsan ko. Lasing na ata. Kung ano-ano pinagsasasabi." Nakatawang sabi ni Sean nang pinutol na niya ang tawag sa pinsan. Ngunit nawala ang ngiti sa kaniyang labi nang balingan niya ng tingin si Jerely. **"Jerely, 'yong mukha mo…"**

Ang mukha ni Jerely ay namumutla at halos kulay puti na na tila ba naubusan ng dugo. Ang kaniyang mga labi naman ay halos pinaghalong kulay asul at itim na.

"Sean," Pag-uulit nito sa mahinang boses. **"Hindi ako makahinga. Naninikip ang dibdib ko."** Halos nauutal na sabi nito sa pagitan ng mga pagsinghap habang nakahawak sa dibdib.

Agad namang nataranta si Sean. Hindi niya alam ang gagawin. **"Gusto mo ba iuwi na kita? Kaya mo ba maglakad? Pasanin na lang kaya kita? Teka, huminga ka muna nang malalim."** Sunod-sunod niyang sambit. Hindi niya alam kung ano ang uunahin lalo na't sumasabay rin sa pagtunog ang kaniyang cellphone dahil muli siyang tinawagan ng pinsan na lalo lamang nakapagpadagdag ng kaniyang taranta.

"Ayokong mamatay." Nahihirapang humingang sabi ni Jerely, namumuo na rin ang mga luha sa kaniyang mga mata. **"Gusto ko pang mabuhay."**

"Shh, hindi ka mamamatay. 'Wag mong sabihin 'yan." Sinubukang pakalmahin ni Sean si Jerely sa pamamahitan ng paghawak sa mga kamay nito. Sobrang lamig nito. Tila ba isang bangkay sa lamig.

"Pero huli na ang lahat." Nalungkot na wika ni Jerely at bumitaw sa mga kamay na nakahawak sa kanya.

"Anong ibig mong sabihin?" Nagtataka si Sean sa inasal at sinambit ni Jerely.

"Totoo ang sinasabi ng pinsan mo." Agad na natigilan si Sean sa narinig. Hindi siya agad nakapag-react. Biglang ginapang ng kilabot ang kaniyang sistema sa mga sunod na sinabi ni Jerely.

"Matagal na akong patay." Pagkabitaw ni Jerely ng kaniyang mga sinabi ay agad na nagbago ang kaniyang itsura – isang naaagnas na bangkay.

About the Author

Christine Ann Sy loves reading and collecting books, ignited her dream of writing her own. When not writing short stories or getting lost in a good book, you can find her binging on Netflix or making playlists on Spotify. Fueled by pop anthems and particularly the melodic tunes of Conan Gray's "Wish You Were Sober," Christine was inspired to write this story bearing the same name.

www.ingramcontent.com/pod-product-compliance
Lightning Source LLC
LaVergne TN
LVHW041644070526
838199LV00053B/3557